LILA
ANG
LADYBUG
ANG AMING BAYANI SA HARDIN
TAGALOG
MARCY SCHAAF

LILA
THE
LADYBUG
OUR GARDEN HERO

MARCY SCHAAF

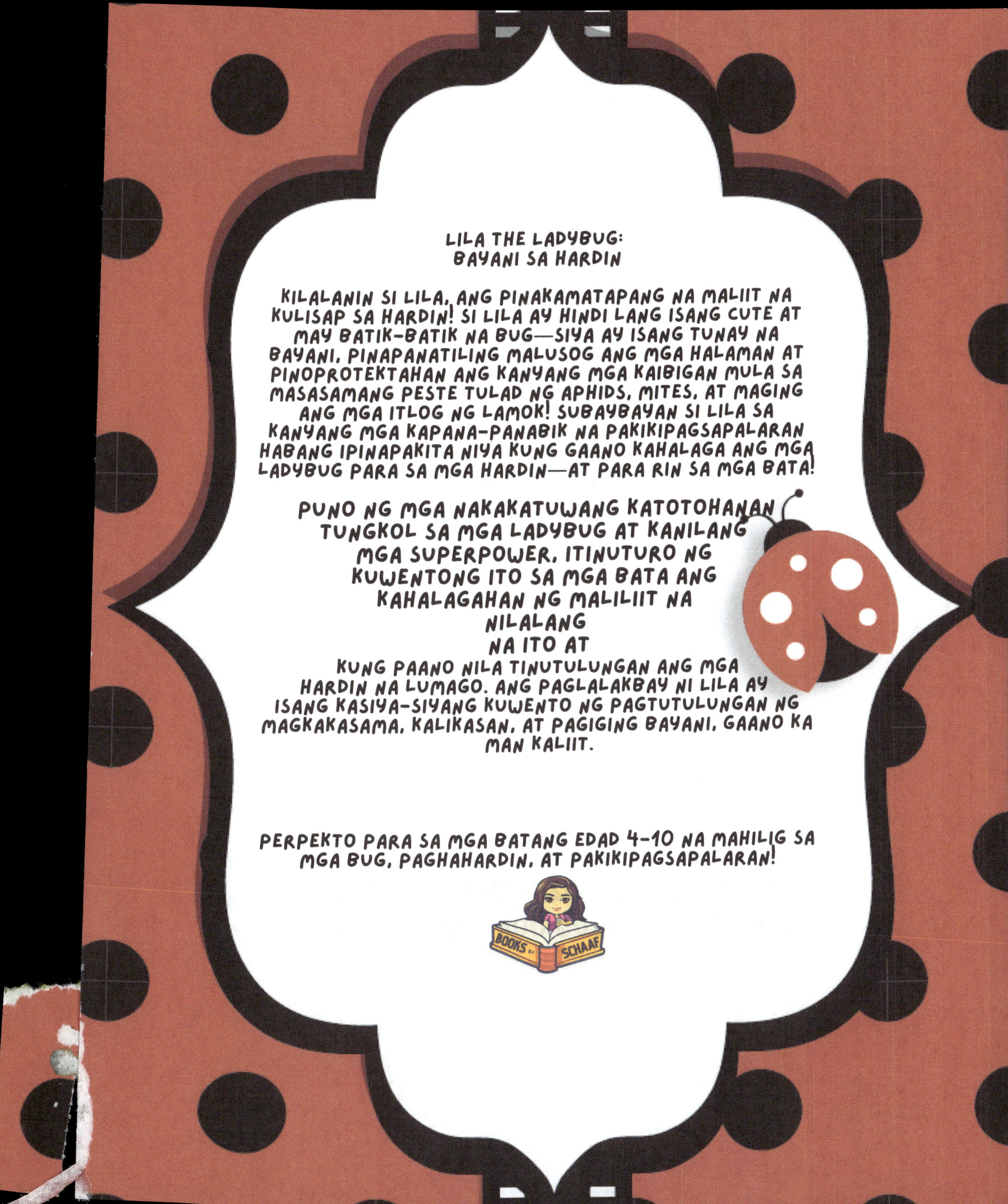

LILA THE LADYBUG:
BAYANI SA HARDIN

KILALANIN SI LILA, ANG PINAKAMATAPANG NA MALIIT NA KULISAP SA HARDIN! SI LILA AY HINDI LANG ISANG CUTE AT MAY BATIK-BATIK NA BUG—SIYA AY ISANG TUNAY NA BAYANI. PINAPANATILING MALUSOG ANG MGA HALAMAN AT PINOPROTEKTAHAN ANG KANYANG MGA KAIBIGAN MULA SA MASASAMANG PESTE TULAD NG APHIDS, MITES, AT MAGING ANG MGA ITLOG NG LAMOK! SUBAYBAYAN SI LILA SA KANYANG MGA KAPANA-PANABIK NA PAKIKIPAGSAPALARAN HABANG IPINAPAKITA NIYA KUNG GAANO KAHALAGA ANG MGA LADYBUG PARA SA MGA HARDIN—AT PARA RIN SA MGA BATA!

PUNO NG MGA NAKAKATUWANG KATOTOHANAN TUNGKOL SA MGA LADYBUG AT KANILANG MGA SUPERPOWER, ITINUTURO NG KUWENTONG ITO SA MGA BATA ANG KAHALAGAHAN NG MALILIIT NA NILALANG NA ITO AT KUNG PAANO NILA TINUTULUNGAN ANG MGA HARDIN NA LUMAGO. ANG PAGLALAKBAY NI LILA AY ISANG KASIYA-SIYANG KUWENTO NG PAGTUTULUNGAN NG MAGKAKASAMA, KALIKASAN, AT PAGIGING BAYANI, GAANO KA MAN KALIIT.

PERPEKTO PARA SA MGA BATANG EDAD 4-10 NA MAHILIG SA MGA BUG, PAGHAHARDIN, AT PAKIKIPAGSAPALARAN!

BOOKS BY SCHAAF

LILA THE LADYBUG
LOVED LIVING
IN THE BIG GREEN
GARDEN.

SHE SPENT HER DAYS FLYING AROUND FLOWERS AND LEAFY PLANTS.

LILA WASN'T JUST CUTE, SHE WAS A GARDEN HELPER TOO!

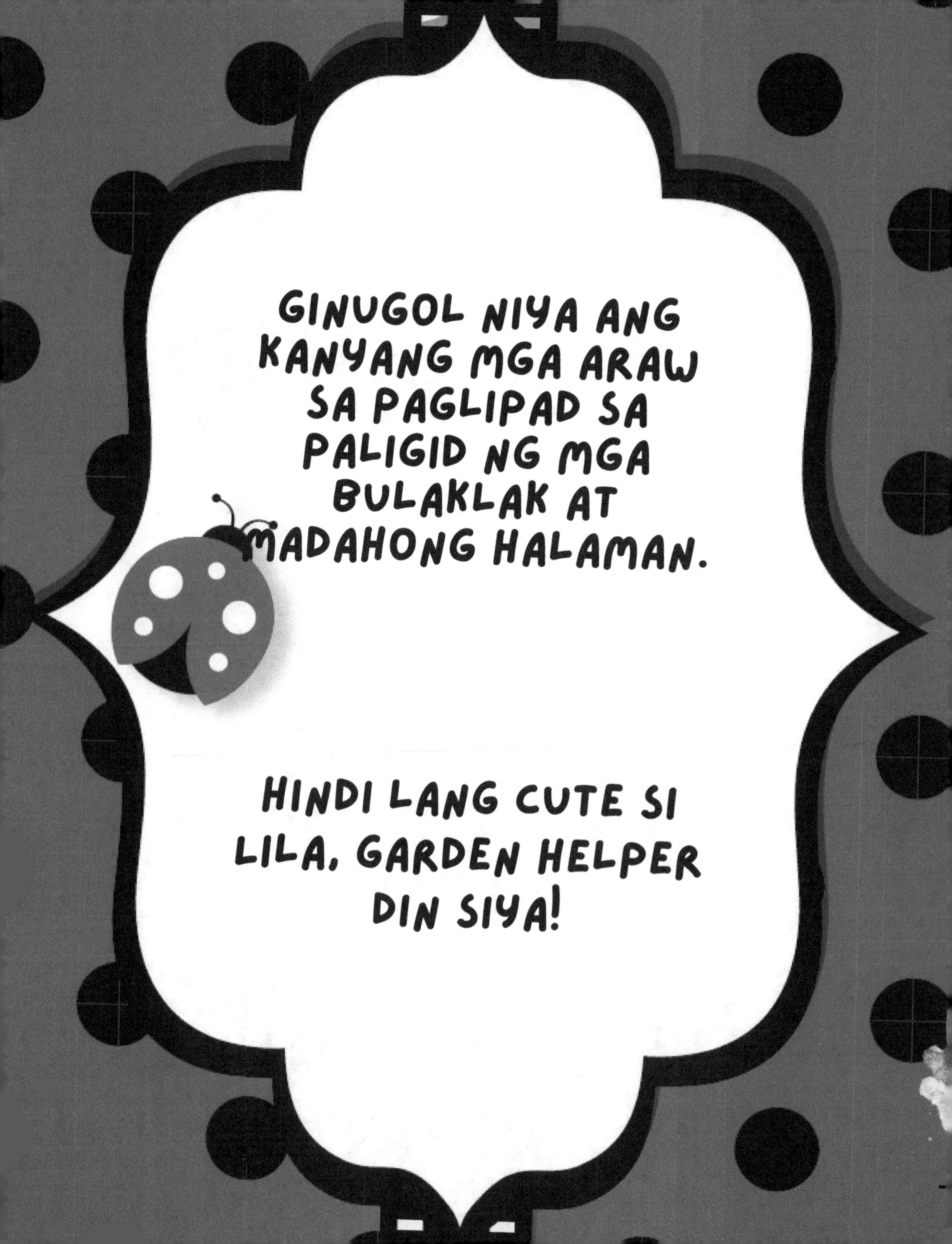

GINUGOL NIYA ANG KANYANG MGA ARAW SA PAGLIPAD SA PALIGID NG MGA BULAKLAK AT MADAHONG HALAMAN.

HINDI LANG CUTE SI LILA, GARDEN HELPER DIN SIYA!

SHE LOVED TO EAT
TINY PESTS THAT
HURT THE PLANTS.

HER FAVORITE SNACKS
WERE APHIDS
LITTLE BUGS ON THE
LEAVES.

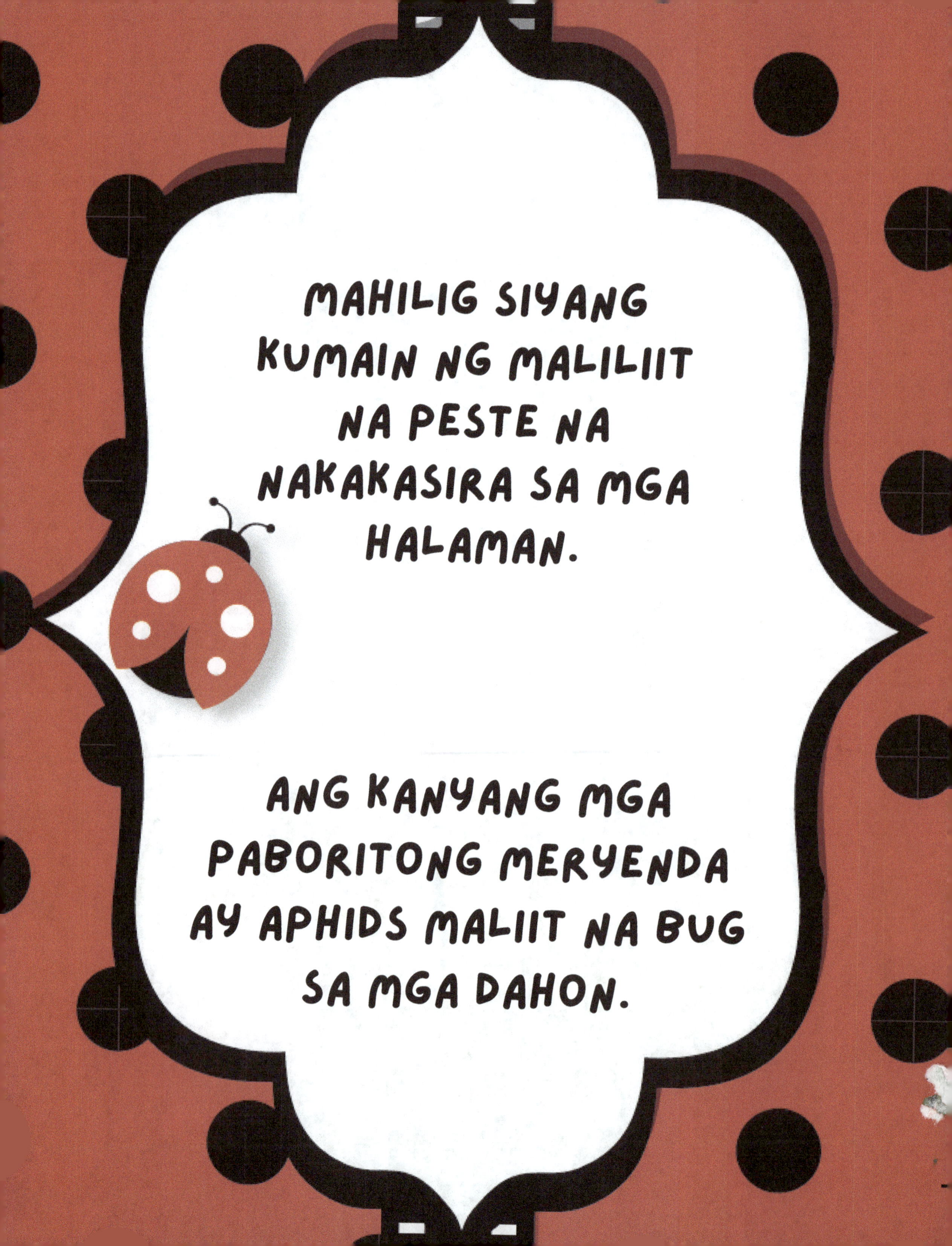

MAHILIG SIYANG
KUMAIN NG MALILIIT
NA PESTE NA
NAKAKASIRA SA MGA
HALAMAN.

ANG KANYANG MGA
PABORITONG MERYENDA
AY APHIDS MALIIT NA BUG
SA MGA DAHON.

LILA AND HER FRIENDS
KEPT
THE GARDEN SAFE
FROM HARM.

"WE'RE LIKE TINY HEROES!"
SAID BUMBLEBEE BEN.

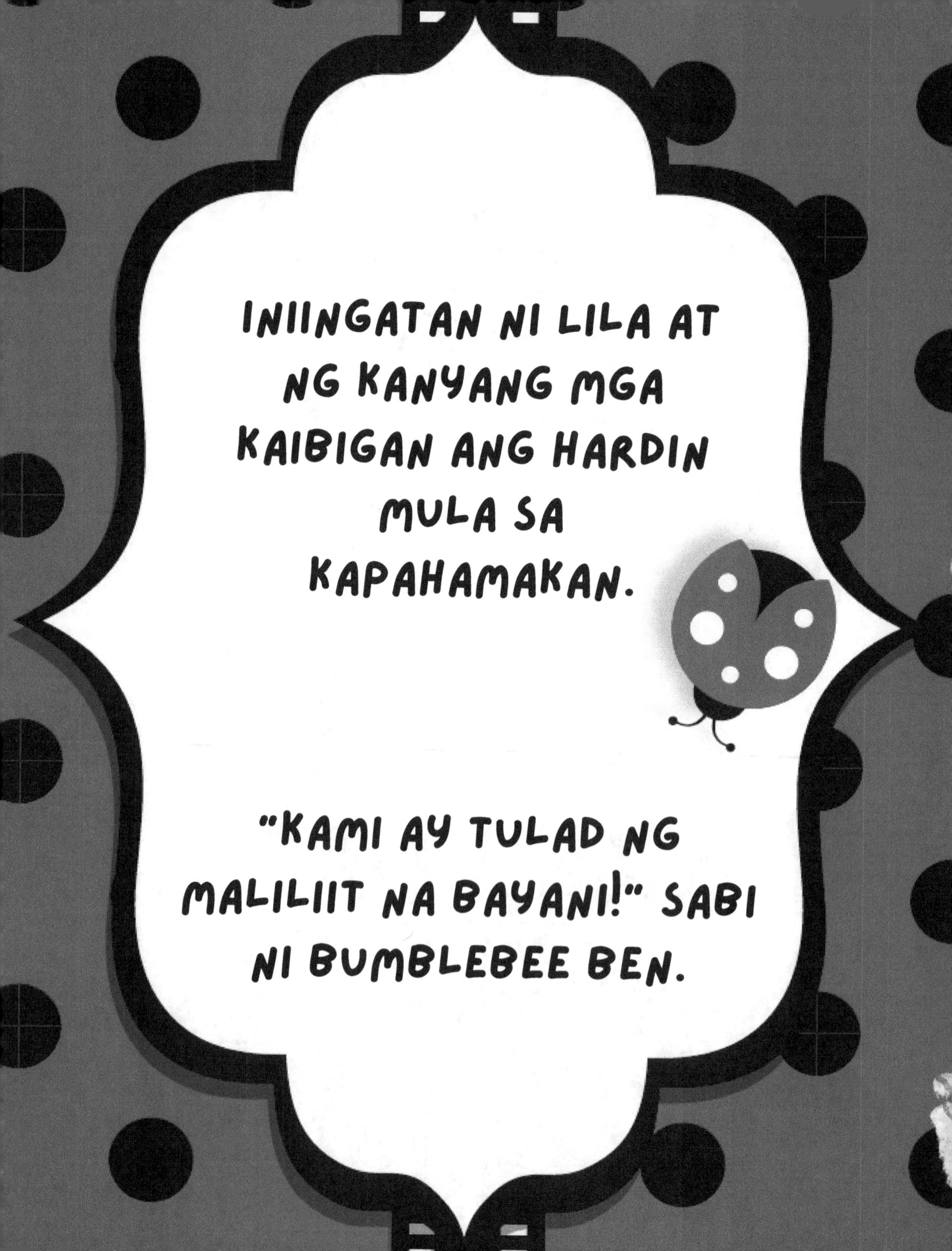

INIINGATAN NI LILA AT NG KANYANG MGA KAIBIGAN ANG HARDIN MULA SA KAPAHAMAKAN.

"KAMI AY TULAD NG MALILIIT NA BAYANI!" SABI NI BUMBLEBEE BEN.

LADYBUGS ALSO LOVE MUNCHING ON MITES, MOSQUITO EGGS, AND MORE!

GUSTUNG-GUSTO DIN NG MGA LADYBUG NA KUMAGAT NG MGA MITE, ITLOG NG LAMOK, AT HIGIT PA!

"LADYBUGS EAT MOSQUITO EGGS?" THE CHILDREN ASKED SURPRISED.

"KUMAKAIN NG LAMOK
ANG MGA KULISAP?"
GULAT NA TANONG NG
MGA BATA.

"YES!" SAID LILA.
"WE HELP PROTECT KIDS
FROM PESKY
MOSQUITOS!"

"OO!" SABI NI LILA.
"TUMUTULONG KAMI NA PROTEKTAHAN ANG MGA BATA MULA SA MASASAMANG LAMOK!"

"LILA HELPS THE
GARDEN BLOOM!" SAID
BUTTERFLY BREE.

"TINUTULUNGAN NI LILA ANG PAMUMULAKLAK NG HARDIN!" SABI NI BUTTERFLY BREE.

LADYBUGS ALSO LOVE PLANTS WITH POLLEN LIKE DAISIES AND DILL.

LILA'S FAVORITE FLOWERS WERE MARIGOLDS FULL OF YUMMY POLLEN.

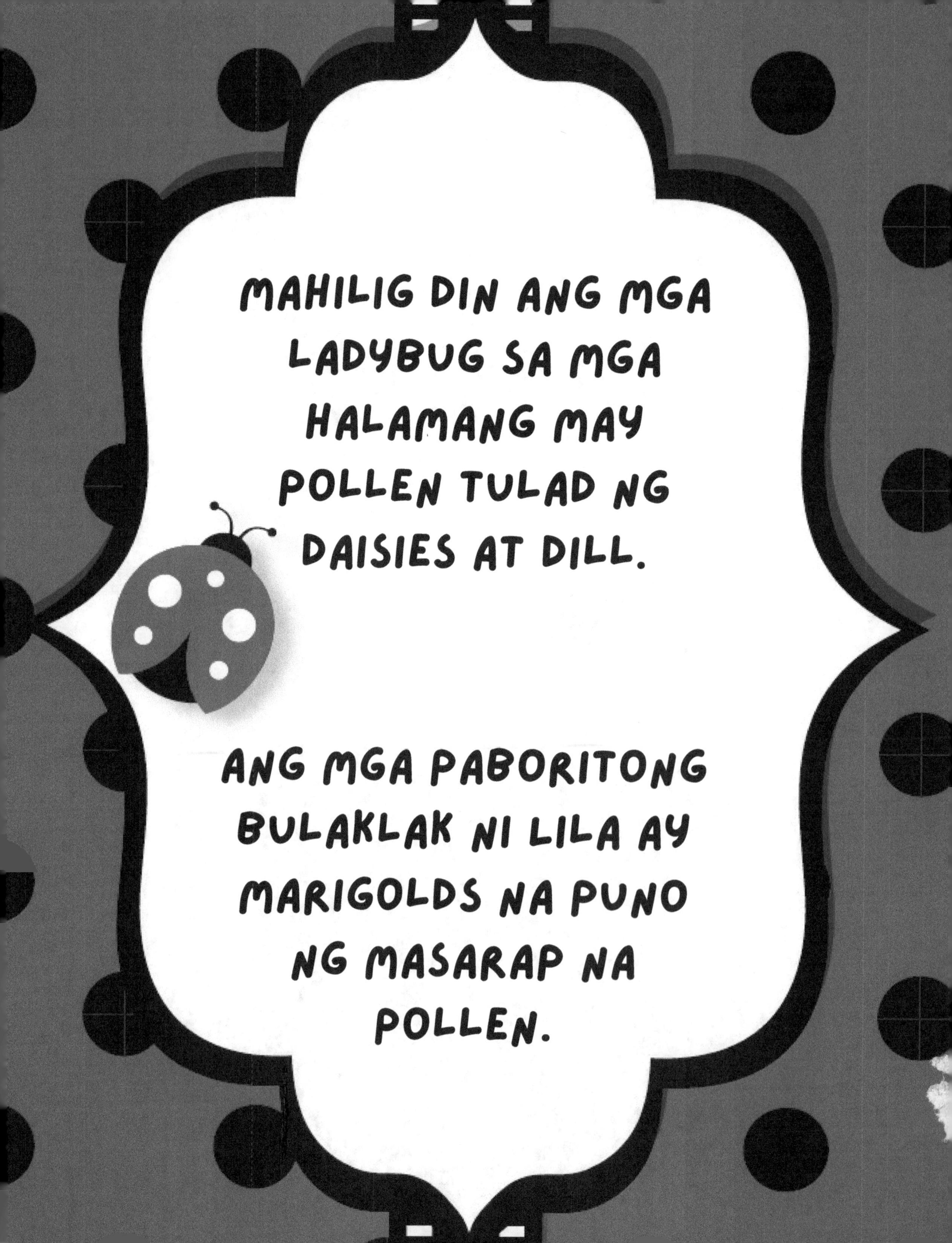

MAHILIG DIN ANG MGA LADYBUG SA MGA HALAMANG MAY POLLEN TULAD NG DAISIES AT DILL.

ANG MGA PABORITONG BULAKLAK NI LILA AY MARIGOLDS NA PUNO NG MASARAP NA POLLEN.

"WE EAT AND HELP
PLANTS GROW AT
THE SAME TIME!"

"KUMAKAIN KAMI AT TINUTULUNGAN ANG MGA HALAMAN NA LUMAGO NANG SABAY!"

LILA'S FRIEND, THE
GARDENER,
WAS ALWAYS HAPPY TO
SEE HER.

ANG KAIBIGAN NI LILA,
ANG HARDINERO, AY
LAGING MASAYA NA
MAKITA SIYA.

LILA FELT PROUD TO
BE SUCH A HELPFUL
LITTLE BUG IN THE
GARDEN.

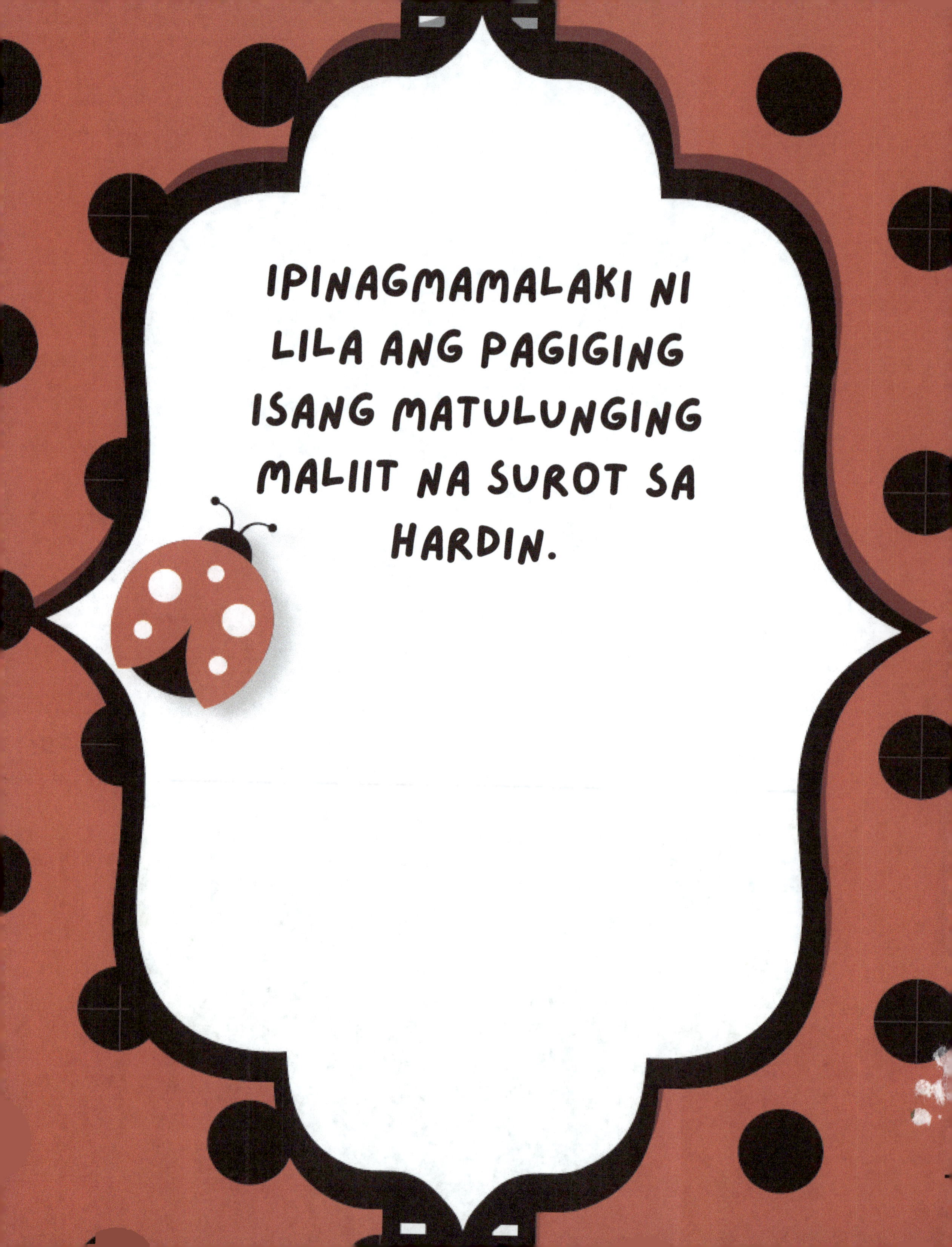

IPINAGMAMALAKI NI LILA ANG PAGIGING ISANG MATULUNGING MALIIT NA SUROT SA HARDIN.

WITHOUT LADYBUGS GARDENS WOULD HAVE TOO MANY PESTS.

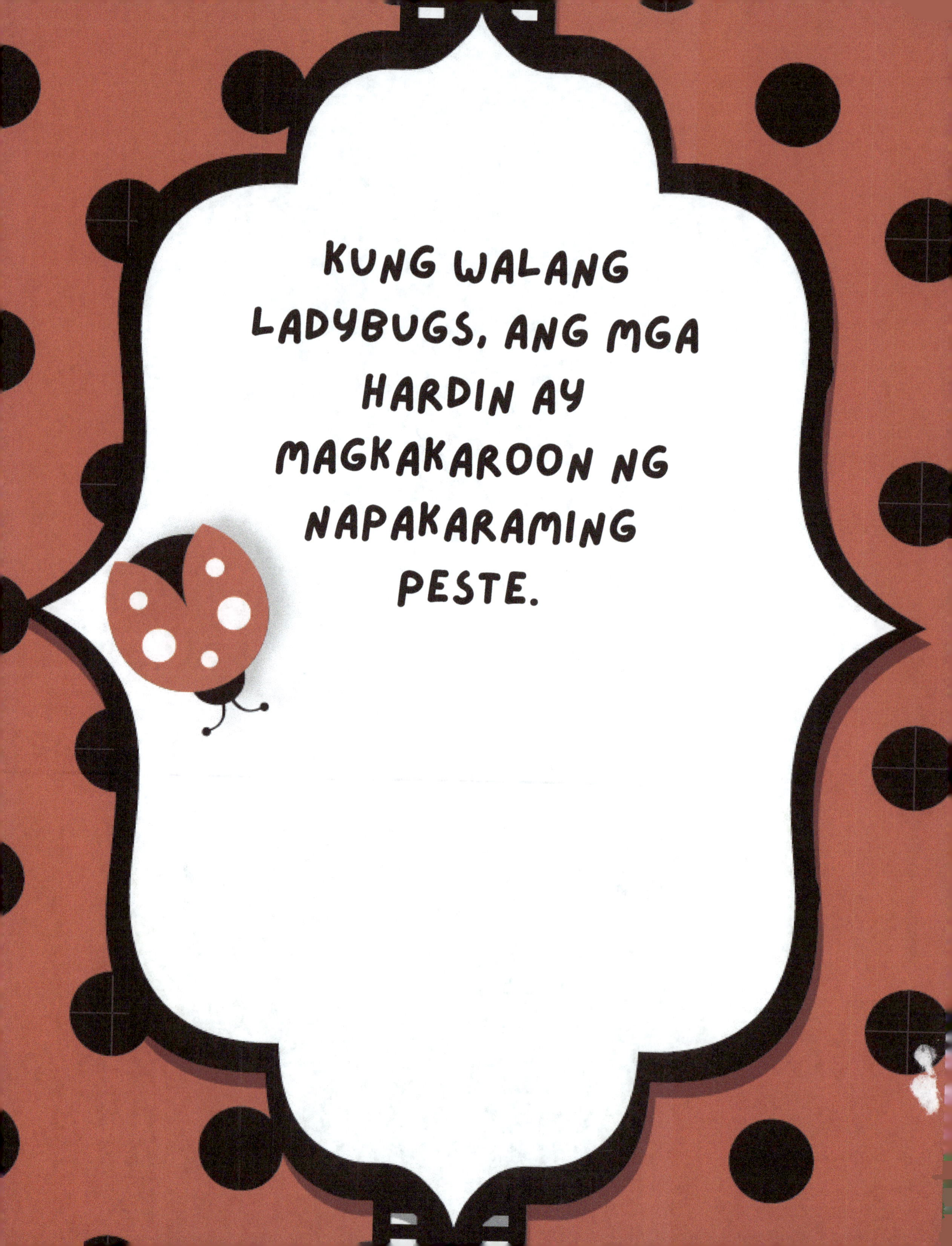

KUNG WALANG LADYBUGS, ANG MGA HARDIN AY MAGKAKAROON NG NAPAKARAMING PESTE.

"BEING A GARDEN HERO
IS MY FAVORITE JOB!"
LILA SAID HAPPILY.

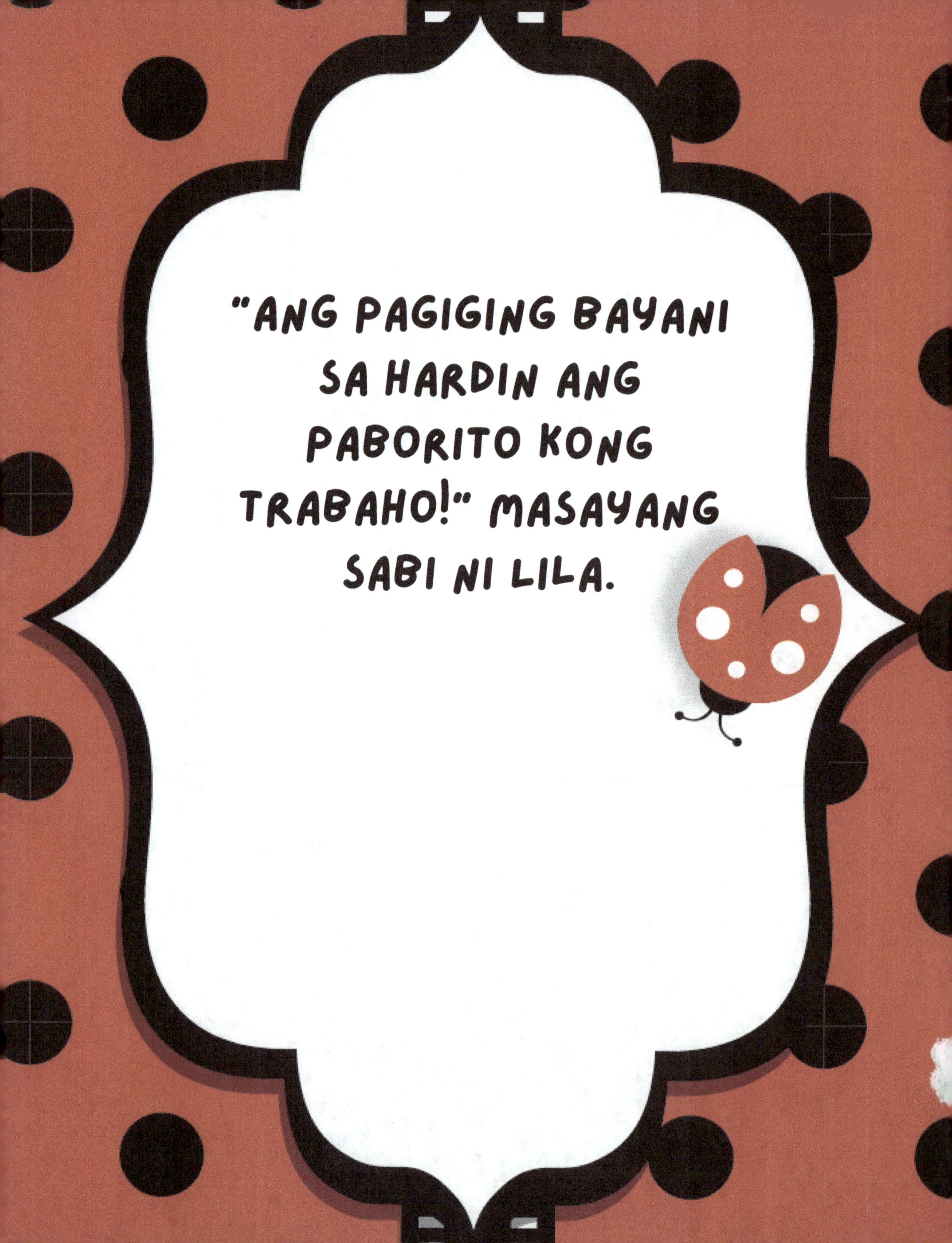

"ANG PAGIGING BAYANI SA HARDIN ANG PABORITO KONG TRABAHO!" MASAYANG SABI NI LILA.

THE END

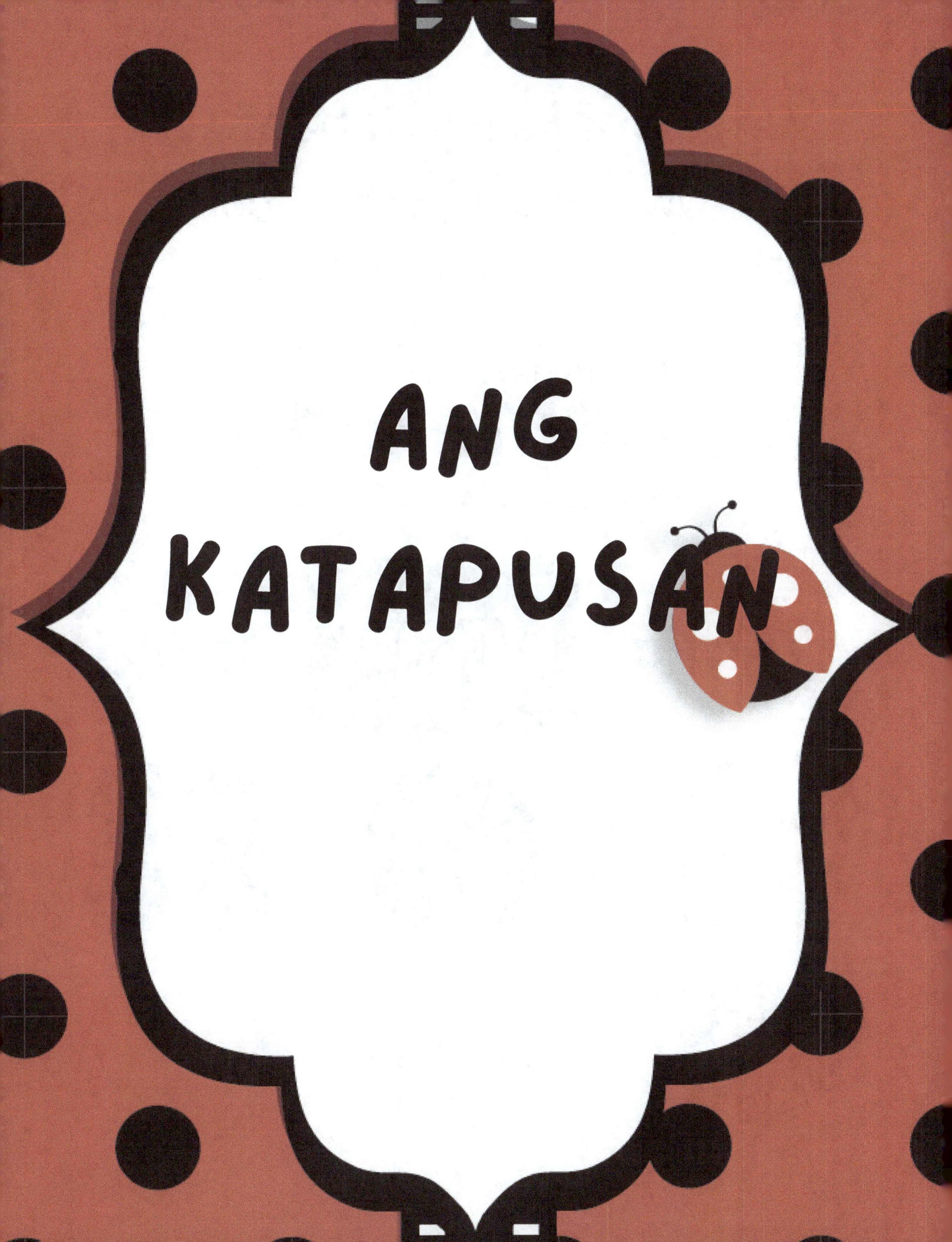
ANG
KATAPUSAN

Books By Schaaf

www.BookBySchaaf.com

Find us at: